ചുവന്ന റോസാ പൂക്കൾ

കവിതാ സമാഹാരം

രാജ്മോഹൻ.പി.ആർ.

ചുവന്ന റോസാ പൂക്കൾ

കവിതകൾ ഇഷ്ടപ്പെടുന്നവർക്കായി ഈ
കവിതാ സമാഹാരം സമർപ്പിക്കുന്നു.

രാജ്മോഹൻ.പി.ആർ

ഉള്ളടക്കം

ആമുഖം

ചുവന്ന റോസാ പൂക്കൾ

കവിതകൾ ഇഷ്ടപ്പെടുന്നവർക്കായി, ഓർമ്മകളിൽ നിന്നും പലപ്പോഴായി ഉതിർന്നു വീണ ഈ അക്ഷര പൂക്കൾ അവതരിപ്പിക്കുന്നു.

രാജ്മോഹൻ.പി.ആർ

മുഖവുര

• ix •

ചുവന്ന റോസാ പൂക്കൾ - കവിതാ സമാഹാരം

രാജ്മോഹൻ.പി . ആർ

തൃശൂരിലെ കുട്ടനെല്ലൂർ ആണ് സ്വദേശം. ഗൾഫിൽ ഫിനാൻസ് ഓഫീസർ ജോലി നോക്കുന്നു. തിരക്കേറിയ പ്രവാസ ജീവിതത്തിനിടയിൽ കിട്ടുന്ന സമയം സാഹിത്യ രചിച്ചകൾക്കായി മാറ്റി വക്കുന്നു. നിരവധി ഡിജിറ്റൽ ബുക്കുകൾ ആമസോണിലൂടെ പബ്ലിഷ് ചെയ്തിട്ടുണ്ട്. തന്റെ തൂലിക തുമ്പിൽ വിരിയുന്ന കഥകൾ / കാവ്യങ്ങൾ പല മാധ്യമങ്ങളിലും കുറിക്കാനിക്കാരറുവവറുണ്ട്‌ഡി ണ്ട്. സാഹിത്യ രചനകൾ പത്ര മാധ്യമങ്ങളിലൂടെ പ്രസിദ്ധീകരിച്ചിട്ടുണ്ട്. ആമസോണിലൂടെ 10 ബുക്കുകൾ ഡിജിറ്റലായി പ്രസിദ്ധീകരിച്ചു. നോഷൻ പ്രസ് വഴി 9 ബുക്കുകൾ പ്രിന്റ് എഡിഷൻ ആയി പ്രസിദ്ധീകരിച്ചു. അക്ഷര മുദ്രയുടെ -ഹൃദയമുദ്ര കവിതാ സമാഹാരം, അക്ഷരം മാസികയുടെ കവിതാ സമാഹാരം, മഴതുള്ളി പബ്ലിക്കേഷന്റെ കഥ, കവിതാ സമാഹാരം, സെൻട്രൽ യൂണിവേഴ്സിറ്റി തയ്യാറാക്കി കറന്റ് ബുക്ക് പ്രസിദ്ധീകരിച്ച പ്രവാസ കഥാ സമാഹാരം എന്നിവയിൽ രചനകൾ പ്രസിദ്ധീകരിച്ചിട്ടുണ്ട്. എം.കോം ബിരുദാന്തര ബിരുദധാരിയായാണ്. ഇദ്ദേഹത്തിന്റെ പ്രിന്റ് ചെയ്ത 9 ബുക്കുകൾ ആമസോൺ, ഫ്ലിപ്കാർട് എന്നിവയിലൂടെ

ലഭ്യ മാ ണ്.

ഭാ ര്യ - ധന്യ മേ നോ ൻ

മകൻ - തേ ജസ്സ് . ആർ . മേ നോ ൻ

കടപ്പാട്

ചുവന്ന റോസാ പൂക്കൾ

കവിതകൾ ഇഷ്ടപ്പെടുന്നവർക്കായി ചുവന്ന റോസാ പൂക്കൾ എന്ന കവിതാ സമാഹാരം സമർപ്പിക്കുന്നു.

രാജ്മോഹൻ.പി.ആർ

അവതാരിക

ചുവന്ന റോസാ പൂക്കൾ - കവിതാ സമാഹാരം

ഓർമ്മകളിൽ നിന്നും പലപ്പോഴായി ഉതിർന്നു വീണ ഒരു കൂട്ടം കവിതകളുടെ സമാഹാരം ആണ് ചുവന്ന റോസാ പൂക്കൾ .

മനസ്സിൽ പലപ്പോഴായി വന്നു ചേർന്ന ചിന്തകൾ കവിതകളായി രൂപം പ്രാപിച്ചാണ് ഈ പുസ്തകത്തിലെത്തിയത്. വായനക്കാർക്ക് ഇഷ്ടമാകുമെന്നു വിചാരിക്കുന്നു.

രാജ്മോഹൻ. പി . ആർ

1. തുല്യത- കവിത

പ്രാണനും മരണവും നമ്മളിൽ

ഒന്നു പോലെ തിളങ്ങവേ ..

തുല്യതയെന്ന വിഷയം

കാലങ്ങളേറെയായ്

കേൾക്കുന്നതാണു നാം

ഒരുപോൽ ശ്വസിക്കുന്നു നാം പ്രാണവായു

ജീവൻ നിലച്ചാൽ നമ്മുടെ ദേഹം അറിയുന്നു
ഒരേ പേരിൽ ....

പെറ്റുവീഴുന്നൊരു നാൾമുതലിങ്ങനെ നമ്മളിൽ
വേർതിരിവുകൾ

വേലിപോലെ കെട്ടുന്നു

രാജ്മോഹൻ.പി.ആർ.

ഒരാകാശച്ചോട്ടിൽ   തലകുനിച്ചവൾ
നടന്നിടേണം

എങ്കി ലും ഉയർന്ന ശിരസ്സവന്... ഇരുളുന്ന
രാവിന്റെ നിലാ ചന്ദ്രിക

ഉയരും മുൻപ് അവൾ കുടേറണം

നിലാവിന്റെ നഗ്ന സൗന്ദര്യം

എങ്കി ലും അവന് മാത്രം ....

പെ   ണ്ണവൾ   ..മോഹങ്ങളെല്ലാമടക്കി
വെച്ചീടണം.

ഒരേ സൂര്യന്റ കീഴിൽ എങ്കിലും രണ്ട് പക്ഷം

അന്നത്തിൽ...സ്വപ്നത്തിൽ...സ്വാ തന്ത്ര ത്തിൽ

എങ്കിലും അവൾക്കെന്തേ വേറെ പക്ഷം?

ലിംഗഭേദം കൊണ്ട് വേർതിരിച്ചവർ

കാണാതെ പോയൊരു നേരറി വ്

മനസ്സെന്ന...എരിഞ്ഞടങ്ങും

ആത്മാവിന്..എങ്കിലും ലിംഗഭേദമില്ലത്രേ ....

തുല്യരാണെന്നു പറഞ്ഞിടുമെങ്കി ലും

പിന്നാമ്പുറത്താണ് സ്ത്രീയിന്നും ...

തുല്യതയിന്നും മരീചികയല്ലയോ ...

(രാജ്മോഹൻ)

2. തോക്കുകൾ ഗർജിക്കുമ്പോൾ – കവിത

നീതിപീഠം നേരല്ലെന്നു പറഞ്ഞാലും ....

ശരി ഏതെന്നു ചില സമയം

തിരിച്ചറിയുന്ന ചി ല മനുഷ്യ രുണ്ട്

എന്ന് നാം നേരിലറിയുന്നു....

അവരുടെ കയ്യിലെ തോക്കുകൾ

വെടിയുതിർക്കുമ്പോൾ....

കറ്റവാളിയുടെ ചങ്ക് തകർക്കുമ്പോൾ

ഒരു ജനത ആശ്വാസം കൊള്ളുന്നു...

ഒത്തിരി അമ്മമാരുടെ

ഒത്തിരി സഹോദരിമാരുടെ

മാനം കവർന്ന പലരും ....

രാജ്മോഹൻ.പി.ആർ.

വാദ പ്രതിവാദങ്ങൾക്കൊടുവിൽ

നീതിപീഠം നിരപരാധി ആയി അവരോധിച്ച

അനവധി നേർകാഴ്ച കണ്ട

ജനങ്ങൾ.... തോക്കിനു മുൻപിൽ

പിടഞ്ഞു വീഴുന്ന നരാധമന്മാരായ

കുറ്റവാളികളെ .... കണ്ട്

ആശ്വാസമണയുകയാണിന്ന്....

നേര് തിരയുന്ന നീതിപീഠം ,

നിയമം കീറിപ്പറിക്കുന്ന വാദമുഖങ്ങൾ നിരത്തി

കുറ്റവാളിയെ രക്ഷപ്പെടുത്തുന്ന

നീതിയുടെ കാവലാളന്മാർ....

ഇവർക്കു മുമ്പിൽ

മാനം നഷ്ടപ്പെടുന്ന സ്ത്രീ ....

വെടിയുണ്ടകൊണ്ട് നീതി നടപ്പാക്കിയ പുതു
ചരിത്രം ....

നാം കൺകുളിർക്കെ കാണുമ്പോഴും ....

മനസ്സ് പറയുന്നു ഇത് നീതി അല്ലായിരിക്കാം

പക്ഷെ ... ഈ നീതിയാണ്....

ഇത്തരം അനീതിക്കുത്തരം ....

(രാ ജ്മോ ഹൻ)

· 9 ·

(രാ ജ്മോ ഹൻ)

3. പാമ്പും മനുഷ്യരും - (കവിത)

പാമ്പുകൾക്ക് മാളമില്ലാത്ത കാലമിത്

കാടിറങ്ങി നാട്ടിലെത്തുന്നു വിഷപാമ്പുകൾ

നാട്ടിലെത്തി ജീവനെടുക്കുന്നു

കാലനായ്.... നീ ... തീരുന്നു പാമ്പേ ...

മാതാ പിതാ ഗുരു ദൈവം

ഉരുവിട്ട് പഠിക്കുന്ന

സരസ്വതി വിദ്യാലയത്തിലും

പാമ്പേ നീയിഴഞ്ഞെത്തുന്നൂ

അറിവില്ലാ പൈതലിൻ

ജീവനെടുക്കുന്നു.... പാമ്പുകൾ

ആരാണുത്തരം തരിക

ഗുരുവെ ഒരു നിമിഷം നീ ..

ചിന്തിച്ചു നേർവഴി നടന്നുവെങ്കിൽ

തിരിച്ചു പിടിക്കാമായിരിന്നു ഒരു ജീവൻ

പ്രിയ ഡോക്ടർ... നീ നേരെ ചിന്തിച്ചുവെങ്കിൽ

തിരിച്ചു കിട്ടുമായിരുന്നു ഒരു ജീവൻ

പാമ്പിനില്ലാതെ പോയ വിവേകം

പ്രിയ   ഗുരുവെ   ...   നിനക്കുമില്ലാതെ
പോയതെന്തേ

മരുന്ന് ഉണ്ടായിട്ടും .... എന്തെ

ഡോക്ടർ... നീ രക്ഷകനായില്ല

ഈറനണിയുന്നു ഓരോ മനുജനും .....

മണിക്കൂറുകൾ പേടിയോടെ

ആധിയോടെ കഴിഞ്ഞ ഒരു കുരുന്നു ജീവനെ

കണ്ണ്   തുറക്കാത്ത   മനുഷ്യദൈവങ്ങളുടെ
കൈപിഴയിൽ

കുരുതി കൊടുക്കപ്പെട്ട നേർകാഴ്ചക്കു മുൻപി
ൽ ......

കണ്ണ് തുറക്കുക ഗുരുക്കന്മാരെ ..

നിങ്ങളുടെ കൈകകളിലേല്പിക്കുന്ന

കുരുന്നുകളെ കാത്തു രക്ഷിക്കുക

ഇനിയുമൊരു കളങ്കം ഗുരുക്കന്മാരായ നിങ്ങളെ

തേടിയെത്താതിരിക്കട്ടെ

ഗുരുഭക്തിയോടെ കുറിക്കട്ടെ

ഈ സങ്കട വരികൾ.....

ഒന്നുമെഴുതാതിരുന്നാൽ

നാളെയുടെ കുരുന്നുകൾ

അപായത്തിന്റെ കൈപ്പിടിയിലമരാൻ

സാധ്യത ഏറെയുണ്ട്....

തുറക്കുക കണ്ണുകളിനിയും ....

കുറിക്കുക....

നന്മക്കായി ചില വരികൾ...

(രാ ജ്മോ ഹൻ)

4. മഴ പൊഴിയും നാൾ ....
(കവിത)

മഴ വരുന്ന ആ നാളുകൾ

കാത്തിരുന്ന ഒരു കാലമുണ്ടായിരുന്നു......

മഴ വർണ്ണിക്കാൻ ഏറെ ആളുണ്ടായിരുന്നു....

ഒടുവിൽ ഞങ്ങളുടെ വർണ്ണനക്കപ്പുറം നീ

പേമാരിയായി പെയ്തിറങ്ങിയപ്പോ....

മനുഷ്യരേയും പക്ഷി മൃഗാദികളെയും

നീ മുക്കി...... തിമിർത്തു പെയ്തപ്പോൾ

പെയ്തൊഴിയാതെ നീ തിമിർത്തു പെയ്ത

ആ നാളുകളിൽ....

കാലങ്ങളായി കാത്തുവെച്ച സമ്പാദ്യവും

സ്വപ്നങ്ങളും നീ കവർന്നപ്പോൾ....

നിശബ്ദരായി നിന്റെ ഭാവഭേദങ്ങൾ

കണ്ട് ഓടിയൊളിക്കാൻ മാത്രമേ

ഞങ്ങൾക്കായുള്ളു........

നഷ്ട സ്വപ്നങ്ങളിലെന്നും നീ ചീറിയടിച്ച

ആ ദിനങ്ങളുടെ നിനവുകളാണ്

അണക്കെട്ടു കവിഞ്ഞും.... കുതിച്ചു കയറിയും

നീ തകർത്തത് ഏറെ ജീവിതങ്ങളാണ്...

മഴ വരും നാളുകളിന്ന്.... ഭയപ്പാടാണ്

പെയ്തൊഴിയാതിരുന്നാലോ..

ചങ്കിടിപ്പാണിന്ന്.....

· 19 ·

എല്ലാം നശിപ്പിച്ചു നടനമാടും നിന്റെ

ഭാവങ്ങൾ...... ഓർമയിലെന്നും

ഭീതിയേകുന്നതാണ്......

(രാജ്മോഹൻ)

5. ഏകലവ്യൻ (കവിത)

• 20 •

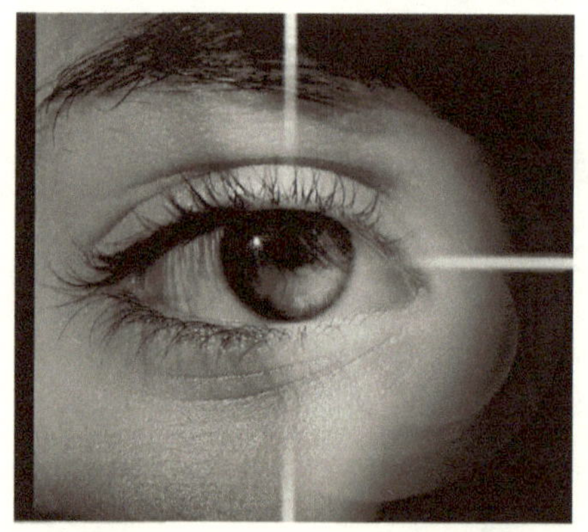

പ്രതിമയിൽ ഇഷ്ട ഗുരുവെ ദർശിച്ചു……

പഠിച്ചു വിദ്യകളൊക്കെയും

ഒടുവിൽ... ഗുരുദക്ഷിണ.... വിരലായ്

നല്കിയവൻ.... ഗുരുശിഷ്യ ബന്ധത്തിന്

പരിപാവന ദർശനം നല്കിയവൻ

ഏകലവ്യൻ....

ഇഷ്ട ശിഷ്യനായ്..... വിരൽ ചെത്തിവാങ്ങിയ

ഗുരുവിനെക്കളെനിക്ക്കു..... പ്രിയം.....

മനസ്സിൽ ഗുരുവായി നിനച്ചു

ആ ഗുരുവിനായ്....

വിരൽ നൽകിയ..... നിന്നോടാണെന്നും

പ്രിയ ഏകലവ്യ......

നിശ്ശബ്ദാർഢ്യം മർത്യനു കാണിച്ച

നിന്റെ ആത്മാർത്ഥത.....

ഇന്നിന്റെ ആത്മാവുകൾക്കില്ലെന്നത്

നേര് തിരയുന്നോർക്കു മുന്നിലെന്നും

തെളിയുന്ന സത്യം മാത്രം....

അന്നവന്..... വന്നുഭവിച്ചതു്...

കുശാഗ്ര ബുദ്ധി വന്നുഭവിച്ച

ആചാര്യനിൽ നിന്നായിരുന്നു.....

ഇന്ന്..... ഈകാലത്ത് ഏകലവ്യന്മാർ തീരെ

ഇല്ലാത്ത ലോകമാണ്....

ഇവിടെ ഗുരുവിനെ ഘൊരാവോ ചെയ്യുന്ന

ശിക്ഷ നൽകുന്ന..

ഗുരുവിനെ തെരുവിൽ നേരിടുന്ന,

കോടതി കയറ്റുന്ന,

അപകടം മനസിലേറ്റുന്ന,

ശിഷ്യരാണിന്ന്.

നന്മ നിറഞ്ഞ, ആ കാലത്തെ

ശിഷ്യരായ് തീരുവാൻ ശ്രമിക്കുക

വിരലില്ലെങ്കിലും വിശ്വാസം

ഗുരു ദക്ഷിണ നൽകുക.

അച്ഛനമ്മമാരെ നടതള്ളാതെ

ഗുരുക്കന്മാരായ് നമിക്കുന്നൊരു

തലമുറയിനി വരുമോ......

അതിനായ്..... ഒരു.....

പഴങ്കഥ പറയാം..... ഈ തലമുറയോടിന്ന്

ഈ ഏകലവ്യന്റെ......

ഗുരുവിനായ്..... വിരലേകിയ

അന്നത്തെ ആ ശിഷ്യന്റെ

ചരിത്ര കഥ.......

(രാജ്മോഹൻ)

6. നീയെന്ന ഓർമ്മ- (കവിത)

ഓർമ്മയിലോളങ്ങളായ്

കുന്നിക്കുരുവോളം സ്വപ്നമുണ്ട്

നേടിയെടുക്കാനാകുമോ എന്ന്

സംശയമുള്ള ഒരു മനോഹര

സ്വപ്നമുണ്ടെനിക്ക്

നീയെന്നൊരു സ്വപ്നം....

വിടപറഞ്ഞകന്ന ഓർമ്മതൻ വഴികളിൽ

പിൻവിളിക്ക് കാതോർത്ത്, എന്നും

കാലത്തിനൊപ്പം ഞാനലയുകയാണ്

ഞാൻ സഞ്ചരിക്കുമ്പോൾ

സഞ്ചാര വഴിയിലൊന്നും മറക്കുവാനാകാത്ത

നീ നിറയും ചില ഓർമ്മകളുണ്ടെനിക്ക്

നീയെന്ന നോവിൻ ഓർമ്മ...

പാതിവഴി പിന്നിട്ട ഇന്നലെകളിലോ...

സഞ്ചരിക്കുന്ന ഇന്നിലോ

നാളെയുടെ വർത്തമാനങ്ങളിലോ....

മൗനമായ ഭൂതകാലങ്ങളിലോ...

ഒഴുകിയകലാത്തൊരു മുഖമായ്

നീ നിറയാറുണ്ടെന്നിലെന്നും

പുഞ്ചിരിയാൽഎന്നും

വിടർന്നൊരു നിൻ മുഖം.....

ആധിയാണെനിക്ക്.... നിന്നെ

സ്വന്തമാക്കുവാൻ.... കാരണം

പണക്കൊഴുപ്പാലെന്തും ചെയ്യുന്ന

മനുഷ്യ ബന്ധങ്ങളെ പണത്താലളക്കും

ബന്ധുക്കളാണ് നിനക്കു ചുറ്റിലും.

കളയുവാനാകില്ല.... ജീവനെനിക്ക്

കാത്തിരിക്കുന്ന കൂടപ്പിറപ്പുകളുണ്ടെനിക്ക്

പണമെന്നിലെത്തുന്നേരം

വരുമൊരുനാൾ....അതുവരെ.... നീ

എനിക്കായി.... കാത്തിരിക്കുമെങ്കിൽ.

(രാജ്മോഹൻ)

7. അപ്പൂപ്പൻതാടി
(കവിത)

അകലേക്ക് അനന്തതയിലേക്ക്

പറന്നകലുകയാണ്.... നീ

ദിശയില്ലാതെ... ദിശാബോധം തീരെയില്ലാതെ

പല ജീവിതവും..... ഇന്ന് അലയുകയാണ്

ദിശയില്ലാതെ... നിന്നെപ്പോലെ....

പുതിയ   തലമുറ   തേടുന്നു....
വഴികളോരോന്നായ്

നിന്നെപ്പോലെ ദിശയില്ലാതലയാനായ്....

ലക്ഷ്യമില്ലാതലയും..... നിന്നെപ്പോലെ

അപ്പൂപ്പൻതാടിയായ്.... തീരാനായ്

അലയുന്നുണ്ട് ഇന്നു പലരും

കടമകളില്ലാത്ത ജീവിതവഴി

തിരയുന്നുണ്ട് പലരും നിന്റെ വഴി

(രാജ്മോഹൻ)

8. കറുപ്പ് (കവിത)

നിൻ മൗനത്തിൻ ഇടനാഴികളിലെവിടെയോ

എന്നോർമ്മയുടെ കറുപ്പുണ്ട് ....

കണ്ണുകൾ തുറക്കുന്ന....കറുത്ത

നീതി.. മാത്രം രക്ഷയായ്

തേടുന്നു..അനവധി.... മനുഷ്യർ......

കാട്ടിലും കടന്ന്.. കാണുമ്പോഴൊക്കെ

മനുഷ്യരെപ്പോലും വേട്ടയാടും തിന്മയുടെ

കറുത്ത മുഖംമൂടി മനുഷ്യർ

പാവങ്ങളെ പോലും കുത്തി

മുറിവേല്പിക്കാറുണ്ട്..

നിണമണിയാത്ത.. പകലുകളിൽ..

പേടിയില്ലാ.... രാവുകളിൽ

കറുത്ത മുഖങ്ങളില്ലാത്ത...

നന്മയുടെമൂടുപടങ്ങളിൽ...

കറുപ്പിന്റെ നീരാളി കണ്ണുകളിൽ

തട്ടിവീഴാത്ത നാളെകളാണ്

എന്റെ സ്വപ്നം ......

കറുപ്പിന്റെ നിറങ്ങൾക്ക് പുറത്തും

നീതിയുടെ കറകളഞ്ഞ

കറുപ്പ് മാത്രമായിരിക്കണം

എനിക്ക് കാവലായ്..

(രാജ്മോഹൻ)

9.
പ്രണയഗണിതം(കവിത)

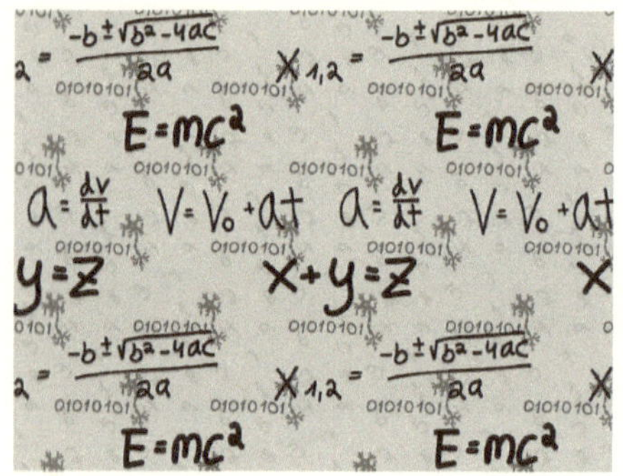

പകലിൽ...ജാലകങ്ങളിനിയും

തുറന്നിട്ടില്ല....

നാം...രാത്രിയെ

മറിക്കടക്കാനാഗ്രഹിക്കുന്നത്....പകലിൽ

പ്രണയസിദ്ധാന്തങ്ങളിലൂടെ..

നാം...പതിവായി കണ്ടുമുട്ടാറുള്ള

പ്രണയ...ജാലകങ്ങളിനിയും

തുറന്നിട്ടില്ല...

ഇല്ലായ്മകളുടെ....അടുക്കള..ജാലകങ്ങളിനിയും

തുറന്നിട്ടില്ല....

ഇല്ലായ്മകളുടെ "ശിഷ്ട " സ്വപ്നങ്ങളിൽ തട്ടി

വീണു പോവുന്ന...ജീവിതത്തിന്റെ സങ്കീർണ്ണത..

നിരന്തരം കൂടെയെത്തുന്നുണ്ട്

പ്രണയ ന്യൂനങ്ങളിൽ.... പരാജയപ്പെട്ട...

കണ്ടുമുട്ടും   മുമ്പേ   ..
ജാഗ്രത..പുലർത്തേണ്ടിയിരുന്ന

ഇല്ലായ്മ....മറിക്കടക്കാനായി...നാം

പരാജയപ്പെട്ടവരുടെ...പ്രതിരോധശേഷികളില്ലാ

പ്രതീക്ഷകൾ...രണ്ടറ്റങ്ങളും കൂട്ടിമുട്ടുമ്പോൾ

ശൂന്യ
വിതങ്ങളുടെ....മറിക്കടക്കാനാഗ്രഹിക്കുന്ന

പ്രതീക്ഷ....

പ്രണയമെന്നതിന്റെ, മറു പാതിയിൽ

ജീവിതത്തിന് എന്ത് പേരിടണം?

ഉത്തരങ്ങളുടെ ആകാശമാണിപ്പോൾ വീടിന്റെ
മേൽക്കുര.....

അളവില്ലാത്ത ഭൂമിയുടെ രണ്ടറ്റങ്ങളിലേക്ക്

പ്രതീക്ഷ....പ്രണയഗണിതങ്ങളിൽ...

(രാജ്മോഹൻ)

10. വഴിമറന്ന നീതി (കവിത)

ഇരുണ്ടു മൂടിയ കാർമേഘങ്ങൾ

പെയ്തൊഴിയാതകലുമ്പോൾ

ഭൂമി വിലപിക്കുന്നത്

നിങ്ങൾ കേട്ടിട്ടുണ്ടോ...

കേൾക്കാൻ കഴിയണമത്....

രാവിനെ വർണ്ണാഭമാക്കാൻ വന്ന

നക്ഷത്രങ്ങളെ,

മേഘങ്ങൾ മറച്ചപ്പോൾ...

ആ നക്ഷത്രങ്ങളുടെ വിലാപം

നിങ്ങൾ കേട്ടിട്ടുണ്ടോ...

അതും കേൾക്കാൻ കഴിയണം.

വിരിയാൻ വെമ്പൽകൊണ്ട പുഷ്പം

ഞെട്ടോടിറുത്തെടുത്തപ്പോൾ

ആ ചെടിയുടെ കരള് പിടഞ്ഞത്

നിങ്ങളറിഞ്ഞോ....

അറിയാൻ കഴിയണമത്.

വിശന്നവയറുകൾ ഇനിയുമുണ്ടോ ...

അന്വേഷിക്കൂ.......ഭക്ഷണം
അവർക്കെത്തിച്ചാൽ

അതാവും നീതി.....

സ്വപ്നങ്ങൾ മരവിച്ച മണ്ണിലേക്ക്...

വിശക്കുന്ന വയറിനോളം...

വലിയ സത്യമെന്തുണ്ട്..!

എത്ര കരഞ്ഞു കാണും

എത്ര പേടിച്ചു കാണും

എത്ര യാചിച്ചുകാണും

അറിയണമത്....

തൊഴിൽ ഇല്ലെന്നു....പറയുന്ന..തലമുറ

അറിയണമത്....

പലതിനോടും   പ്രതികരിക്കാനാവാത്തൊരു
തലമുറ

മനസ്സ് മരവിച്ചു ....

അടക്കിപ്പിടിച്ച അമർഷത്തോടെ,

അവസരം കാത്തിവിടെ കഴിയുന്നത്

നിങ്ങൾ അറിയുന്നുണ്ടോ.

തീർച്ചയായും അറിയണമത്....

മരിച്ചു ജീവിക്കുന്ന

മരവിച്ച മനസ്സാണ്.....കാരണക്കാർ...

വഴിമറന്നനീതിയെപുല്കും.... ജന്മങ്ങളെ

തിരുത്തുവാനായ്.... വേണം.... നീതി....

(രാജ്മോഹൻ)

(സമകാലിക   സംഭവങ്ങളോട്   ഒരു
കാവ്യരൂപേണയുള്ള

ഓർമ്മപ്പെടുത്തലാണ് ഈ കവിത)

11. നാളെ (കവിത)

ഒരു ജനതയുടെ സ്വപ്നമായിന്നു....

അന്നീ.... നെല്ല് വിളയും.... ഭൂമി

ഇന്നു വയലുകളെല്ലാം.... സ്വപ്നങ്ങളുടെ

മറുകരക്കാണ്.... വയലെല്ലാം..... മണ്ണിട്ട്....

സൗധങ്ങളൊരുക്കുന്നു..... നാം....

വരുംതലമുറയ്ക്കായ്.... നാം..... കരുതുന്നു

വറുതിയുടെ..... വിലയേറ്റത്തിൻെറ....

മധുരമില്ലാ.... നാളെ......

(രാജ്മോഹൻ)

12. കാത്തിരിപ്പ് (കവിത)

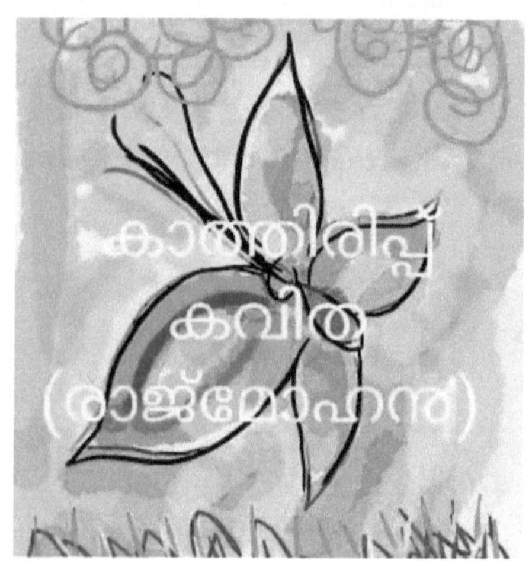

എപ്പോഴെങ്കിലും ഒക്കെ

കനവിലൊന്നു... തുന്നിക്കൂട്ടിയ

കുറേ..നനുനനുത്ത...

പ്രിയതരമാം സ്വപ്നങ്ങൾ......

അതിൽ....സ്വന്തമായി

കിട്ടാൻ...മോഹിക്കുന്ന...

കീറിപ്പറിഞ്ഞ....നനുത്ത...

കുറേ..മധുരമേറും

മോഹങ്ങൾ.....

സ്വന്തമാവില്ലെന്നറിഞ്ഞിട്ടും

തേച്ചുമിനുക്കിയ

പുഞ്ചിരിരിയുമായ്....

നല്ല നാളെയെ.... കാത്തിരിക്കുന്ന....

ഒത്തിരിപ്പേർ....

അതാണ്....ആ കാത്തിരിപ്പാണ്

പല ചിന്തയാലെന്നും പല ജീവിതങ്ങളും..

നമുക്കുചുറ്റും.......ജീവിച്ചിരുന്നത് ....

വ്യർത്ഥമെന്നറിഞ്ഞും....

ഒരു നല്ല നാളെയെത്തുമെന്ന

ആ ചിന്ത....ഇനിയും..... നയിക്കും

· 53 ·

മുന്നോട്ടു തന്നെ...... നമ്മെ......

(രാജ്മോഹൻ)

13. നീ (കവിത)

അലകടലിനിപ്പുറം....

തീരമണയുന്ന ചെറു തിരകൾക്ക്

മായ്ക്കുവാനാകാത്തൊരു

പേരുണ്ട്... മനസ്സെന്ന മരീചികയിലായ്

കൊതിവച്ച സ്നേഹം എന്നത്.....

നിന്‍റെ ഹൃദയമാണ് എന്‍റെ

അക്ഷരങ്ങളായ്   തിരകള്‍ക്ക്   മുമ്പിലായ്
....കൊത്തിവെച്ചത്

എന്‍റെ ഹൃദയത്തിലായിരുന്നു....അപ്പോഴും

തിരയാണ്ടുപോയത്....

തിരയായ് നീ എന്റെ മിഴികൾ

തുറക്കുമ്പോൾ ഒരു പുഞ്ചിരിയോടെ

എന്റെ ഓർമ്മകളെ മറ്റൊരു തിര

എന്തിനായ് കവർന്നെടുക്കുന്നു....

നിദ്രയിലെന്റെ സ്വപ്നങ്ങളെ തിരയായ്

നീ ....എന്തിനായ് കവർന്നെടുത്തു........

നീ ..... കാതോരം നിറഞ്ഞു പോയൊരാ..

ശബ്ദമായ്....ഇന്നുമെന്നിലുണ്ട്....

എല്ലാ.പുലരിയിലുമൊരുണർത്തു പാട്ടായ്...

എപ്പോഴും..... എൻ.... നിദ്രയിലൊരു

താരാട്ടു പാട്ടായ്......നീ.... നിറയുന്നു....

കാതോരം എപ്പോഴും ഒരു കൊഞ്ചലോടെ

ഓർമ്മകളിലെല്ലാം നീ...... നിറയുകയാണ്

അകലെയാണെങ്കില്ലും എപ്പോഴും.....

നിറയുകയാണരികിലായ് നീ .....

നീ മനസ്സിലായ്..... നിറയുന്നതാണ്

എന്റെ ഓരോ നിമിഷവും ....എന്നറിയുക.....

(രാജ്‌മോഹൻ)

14. ചിലന്തി (കവിത)

പൊട്ടിയ വല പലവട്ടം...

കൂട്ടിയിണക്കി നീയൊരുക്കുന്നു....

അന്നത്തിനായൊരു.... വല...

ചിലന്തി വല....

ജീവിതം... കഠിനമായ പരീക്ഷണമായ്...

മുന്നോട്ടു നയിക്കുന്ന വേളയിലും

മനുഷ്യരൂപത്തിലും... ചിലരൊരുക്കും

പല പല വലകളും...

പെട്ടുപോയാലോ.... പരിതപിക്കുന്നു....

ഒടുവിലോ.... പിറുപിറുത്തു പോകുന്നു....

അതൊരു ചിലന്തിവലയായിരുന്നെന്ന്....

കണ്ണു   തുറക്കുക....   ചിലന്തി
വലയിലകപ്പെടാതെ

സൂക്ഷ്മമായ് നീങ്ങുക.... ഈ ജീവിത

വഴിത്താരയിലൂടെ.....

(രാജ്മോഹൻ)

15. വാക്ക് (കവിത)

ഞാനെഴുതി തുടങ്ങിയപ്പോൾ

അത് വെറുമൊരു വാക്കായിരുന്നു.

വരികളിൽ അർത്ഥം നിറഞ്ഞപ്പോൾ

അത് കവിതയായി പതിയെ മാറിയിരുന്നു.

നിന്റെ മൗനം കവിതയായ്

എന്റെ വരികളിൽ നിറഞ്ഞിരുന്നു

എന്റെ ചിന്തകളിൽ
ചിത ലരിക്കാതിരിക്കാൻ
മനസ്സിൽ ഉടക്കിയതെല്ലാം
ഞാനെഴുതി.

വരികളിൽ മൗനവും
പ്രണയവും ഇഴചേർന്നു നിന്നിരുന്നു.

വരികളിൽ നിഴലും വെളിച്ചവും കലർന്നിരുന്നു.

രാജ്മോഹൻ

www.ingramcontent.com/pod-product-compliance
Lightning Source LLC
Chambersburg PA
CBHW031326130726
47988CB00007B/3003